AF518856

മഴനാരുകൾ

mazhanarukal
poems
•
salini devanand
•
first edition
february 2011
•
typesetting
promithya
•
published
chintha publishers, thiruvananthapuram
•
printed
akshara offset, thiruvananthapuram
•
cover
prasoon prabhakar

വിതരണം
ദേശാഭിമാനി ബുക്ക് ഹൗസ്
H O തിരുവനന്തപുരം–695 001

ബ്രാഞ്ചുകൾ
ഓവർബ്രിഡ്ജ് തിരുവനന്തപുരം • കെ എസ് ആർ ടി സി ബസ് സ്റ്റേഷൻ ആലപ്പുഴ • കെ എസ് ആർ ടി സി ബസ് സ്റ്റേഷൻ എറണാകുളം • ഐ ജി റോഡ് കോഴിക്കോട് • മാവൂർ റോഡ് കോഴിക്കോട് • എൻ ജി ഒ യൂണിയൻ ബിൽഡിങ് കണ്ണൂർ • സെൻട്രൽ ബസ് ടെർമിനൽ കോംപ്ലക്സ് താവക്കര കണ്ണൂർ • മച്ചിങ്ങൽ ലെയ്ൻ തൃശൂർ

CO - 1549 / 2645

മഴനാരുകൾ

കവിതകൾ

ശാലിനി ദേവാനന്ദ്

ചിന്ത പബ്ലിഷേഴ്സ്
തിരുവനന്തപുരം-695 001
വില: ₹ 50

ശാലിനി ദേവാനന്ദ്

1977 ൽ തിരുവനന്തപുരം ജില്ലയിൽ ബാലരാമപുരത്ത് ജനനം. പിതാവ്: കരുണാകരൻ. മാതാവ്: ശാന്തകുമാരി. നെല്ലിമൂട് സെന്റ് ക്രിസോംസ്റ്റോംസ് കോൺവെന്റിൽ ഹൈസ്കൂൾ വിദ്യാഭ്യാസം. പ്രീഡിഗ്രിക്കുശേഷം സഹക രണ വിദ്യാഭ്യാസത്തിൽ ഡിപ്ലോമ നേടി.

ഇപ്പോൾ തിരുവനന്തപുരം ബേക്കറി ജങ്ഷനിൽ ഭക്ഷണ ശാല നടത്തുന്നു. ആദ്യ പുസ്തകം *ഇലച്ചാർത്ത്* 2009 ൽ ഒ എൻ വിയുടെ അവതാരികയോടെ പ്രസിദ്ധീകരിച്ചു.

ഭർത്താവ് : ദേവാനന്ദ്
മക്കൾ : ഗ്രീഷ്മ, ഗൗരി
സഹോദരൻ : ഷൈജു
വിലാസം : റ്റി സി 14/1492
ബേക്കറി ജങ്ഷൻ
തൈക്കാട്
തിരുവനന്തപുരം

ഉള്ളടക്കം

എന്തുകൊണ്ട് മഴനാരുകൾ

പുതിയ കവിതകളുടെ ഒരൊഴുക്കുതന്നെ മലയാളത്തിലുണ്ട്. മുഖ്യധാരാ ഭാവനയെ കവിഞ്ഞൊഴുകുന്ന ഈ കുതിപ്പ് പലപ്പോഴും നമ്മുടെ ഋതുസങ്കൽപ്പങ്ങളെ കീഴ്മേൽ മറിക്കുന്നു. സവർണസൗന്ദര്യസങ്കൽപ്പനങ്ങളെ കുത്തിനോവിപ്പിക്കുന്ന തിരസ്കൃതരുടെ ഭാഷ, മുറിവേറ്റവരുടെ സംഘഭാവനയിലേക്ക് പടർന്നു കയറുന്നുണ്ട്. പ്രണയത്തിന്റെ കണ്ണുകളിലേക്ക് നഖമാഴ്ത്തുന്ന ലോകത്തിന്റെ കിരാതത്വത്തെയാണ് ശാലിനി ദേവാനന്ദന്റെ കവിതകൾ അതിന്റെ കയ്പു കലർന്ന വാക്കുകളിൽ വരച്ചുവെക്കുന്നത്. കണ്ണീരും വിയർപ്പും ഉറഞ്ഞ് അക്ഷരങ്ങളായി മാറിയതാണ് ശാലിനിയുടെ കവിതകൾ. ഉപരിതലം ശാന്തമെങ്കിലും പ്രക്ഷുബ്ധമായ അടിയൊഴുക്കുകൾ സൂക്ഷിക്കുന്ന നദിപോലെയാണ് ഈ സമാഹാരത്തിലെ കവിതകൾ. ഘനീഭവിച്ച വേദനകളുടെ ഉള്ളുപൊള്ളിക്കുന്ന ഒരു വിസ്മൃതലോകത്തിലേക്ക് അത് വായനക്കാരെ നയിക്കും. പ്രണയവും വിരഹവും ദുഃഖവും സ്വപ്നങ്ങളും പ്രതീക്ഷകളും ഏകാന്തതയും കലഹവും മോഹവും ഇരമ്പുന്ന ഭാവനയുടെ ഗർത്തസംഗീതമാണത്. ഉറങ്ങുമ്പോൾപ്പോലും സ്വന്തം ശരീരത്തിന് കാവൽ നിൽക്കേണ്ട പെണ്ണിന്റെ നിദ്ര പുരുഷന്റെ നിദ്രയല്ല. പ്രണയം ചുരത്തുന്ന അകിടല്ല പെണ്ണിന്റെ ഉടലെന്നും അത് വിഷംതീനിയായി പ്രവർത്തിക്കുന്ന ജൈവശരീരമാണെന്നും ഇതിലെ കവിതകൾ ഓർമിപ്പിക്കുന്നു. മാനത്തെ നക്ഷത്രങ്ങളെ കാണുമ്പോൾപ്പോലും സ്വന്തം ശരീരത്തെ ഭയപ്പെടുന്ന പെണ്ണിന്റെ ഭീതികളെ ആവിഷ്കരിക്കുന്ന ശാലിനി ദേവാനന്ദ് പ്രകൃതിഭംഗിയെക്കുറിച്ചുള്ള സാമ്പ്രദായിക സങ്കൽപ്പങ്ങളെ ഉടച്ചുവാർക്കുകയാണ്. പൂവിന്റെ സൗന്ദര്യമോ മദസൗരഭ്യമോ കാറ്റ് ചില്ലകളിൽ ഊയലാടുമ്പോൾ ഇതൾ കൊഴിഞ്ഞുവീഴുന്ന മുഗ്ധദൃശ്യമോ അല്ല വേരുകളെ പുണർന്നു

നിൽക്കുന്നമണ്ണിന്റെ രൂക്ഷഗന്ധമാണ് കവിക്കിഷ്ടം. പെയ്തിട്ടും പെയ്തിട്ടും തോരാത്ത വേദനകളെയാണ് കവി മഴയെന്ന് വിളിക്കുന്നത്. ദുഃഖങ്ങളെ ഉലയിലൂതിപ്പഴുപ്പിച്ച് കരുത്തുനേടുന്ന കവിതകളാണിത്. ദുഃഖങ്ങളെ ഇന്ധനമാക്കിമാറ്റുന്ന പുതിയ ഭാവന ഗതിമാറിയൊഴുകുന്ന നദി പോലെ വായനക്കാരെ വിസ്മയിപ്പിക്കും. പുതിയ കവിതകളെ മുൻനിശ്ചയങ്ങളുടെ സമ്മർദങ്ങളില്ലാതെ സ്വീകരിക്കുന്ന വായനാധീരത ശാലിനി ദേവാനന്ദന്റെ ഈ കവിതകളെ സഹർഷം സ്വീകരിക്കുമെന്നതിന് സംശയമില്ല. ചിന്ത പബ്ലിഷേഴ്സ് ഈ കവിതാസമാഹാരം സസന്തോഷം വായനക്കാർക്കായി സമർപ്പിക്കുന്നു.

പ്രസാധകർ

അവതാരിക

പ്രണയസ്വപ്നങ്ങളുടെ കവിത

സുഗതകുമാരി

ചെറിയ ഹോട്ടൽ മുറിയിലെ കനൽച്ചൂടും വിയർപ്പും നിലയ്ക്കാത്ത പണിത്തിരക്കും ബഹളങ്ങളും ഭക്ഷണഗന്ധങ്ങളും നിറഞ്ഞ അന്തരീക്ഷത്തിലിരുന്ന് ഈ ചെറുപ്പക്കാരി കവിതയെഴുതാൻ ശ്രമിച്ചുകൊണ്ടേയിരിക്കുന്നു. ഉന്നതവിദ്യാഭ്യാസമോ പരപ്പായ വായനയോ പരിശീലനമോ പാരമ്പര്യമോ ഇക്കാര്യത്തിൽ ഇവൾക്കു തുണയായില്ല. പക്ഷേ ഉള്ളിൽ കവിതയുണ്ട്, തീക്ഷ്ണതയുള്ള വാക്കുകളുണ്ട്. അദമ്യമായ സ്നേഹഭാവനകളുണ്ട്. എല്ലാറ്റിനുമുപരിയായി അകൃത്രിമമായ ദു:ഖമുണ്ട്.
നോക്കുക:

സൂര്യനെ കൊതിച്ച്
കടലിലാവാൻ കൊതിച്ച്
കുഞ്ഞുനീരുറവയിൽ കൊഴിച്ചുതീർക്കുന്ന
ആമ്പലിന്റെ മോഹങ്ങൾക്കൊപ്പം
ഞാനെന്റെ ചിത്രങ്ങൾ
കരിമ്പച്ച പുരട്ടി വെയിലത്തിട്ടിരിക്കുന്നു
ആരും മോഹിക്കുന്ന
ആരെയും മോഹിപ്പിക്കുന്ന
കുപ്പിമുറികൾക്കു മേൽ
ഞാനെന്റെ ചിത്രങ്ങൾ
ഉണക്കാനിട്ടിരിക്കുന്നു.

ശാലിനിയുടെ ഹൃദയം നിറയെ പ്രണയസ്വപ്നങ്ങളാണ്. പ്രണയത്തെ ചൊല്ലിയുള്ള വിഷാദമാണ്. നഷ്ടപ്രണയത്തെയോർത്തുള്ള ആകുലതയാണ്. പാവം ഒരു പെൺമനസ്സ്.

"പകലൂതി കത്തിക്കുന്ന
വിയർപ്പുതുള്ളികൾ
അർധരാത്രിയിൽ എന്റെ
അക്ഷരങ്ങളെപ്പോലും
പൊള്ളിക്കുന്നു"

എന്നു ശാലിനി പറയുമ്പോൾ ഈ വാക്കുകൾ കവികൽപ്പനയല്ല കഠിനമായ വെറും പരുക്കൻ സത്യമാണ് എന്ന അറിവ് എന്റെ മനസിലും വ്യസനത്തിന്റെ പുക പടർത്തുന്നു.

പ്രിയപ്പെട്ട കുട്ടീ, ജീവിതം കഠോരമാണെന്നും മാർഗം ക്ലിഷ്ടമാണെന്നും നീ അറിഞ്ഞുകഴിഞ്ഞു. എന്നാൽ തളരാതെ വാടാതെ തീച്ചൂടിൽ കരിയാതെ വേലചെയ്ത് തലയുയർത്തിപ്പിടിച്ച് നിൽക്കാൻ ഒരു പെണ്ണിനു സാധിക്കുമെന്നും ശാലിനി ലോകത്തോടു വിളിച്ചുപറഞ്ഞുകൊണ്ടിരിക്കുന്നു.

ഹോട്ടൽ പണിയെല്ലാം കഴിഞ്ഞ് കരിപുരണ്ട കൈകൾ കഴുകിത്തുടച്ച് ഏകാന്തതയിൽ പ്രണയം കൊളുത്തിവെച്ച് തളർന്ന മെയ്യോടെ തളരാത്ത മനസോടെ കവിതയെഴുതാനിരിക്കുന്ന ഈ ധൈര്യത്തിന് അതിന്റേതായ അഴകും പവിത്രതയുമുണ്ട്.

കൂടുതൽ വായിക്കുക, പരിശീലിക്കുക, എന്നൊക്കെ മറ്റുള്ളവരോടു പറയുന്ന വാക്കുകൾ ഞാൻ ശാലിനിയോട് എങ്ങനെയാണ് പറയുക? അതിനുള്ള സൈ്വരം എന്നാണുണ്ടാവുക...? എങ്കിലും, നിറഞ്ഞ കണ്ണുകൾ ആരെയും കാണിക്കാതെ തുടച്ചുകൊണ്ട്, ചിരിച്ചുകൊണ്ട്, വിഭവങ്ങൾ വിളമ്പിത്തരുന്ന ഈ കവിതാരാധികയ്ക്ക് ഈശ്വരാനുഗ്രഹം നേരുന്നു. നന്നായി വരട്ടെ എന്നു പ്രാർഥിക്കുന്നു.

1
ചിരി

നിന്റെ
ഒരു നല്ല ചിരിക്കായ്
ഏറെക്കാലമായ്
കാത്തിരിക്കുന്നു.
പലരോടും
നീ ചിരിച്ചു
പോകുന്നതു കണ്ട്
ഞാൻ
കൊതിച്ചുകൊണ്ടേയിരുന്നു.
എന്റെ നേരെ
നോക്കി നീ
മുഖം തിരിക്കുമ്പോൾ
നിന്റെ ചിരിക്കായ്
ക്ഷമയോടെ
കാത്തിരുന്നു.
ആത്മാർഥമായ്
നീ പലരോടും
ചിരിക്കുമ്പോൾ
ഔപചാരികമായ്
പലരും
തിരിച്ചു ചിരിക്കുമ്പോൾ
ഒരു നല്ല ചിരിക്കായ്
ഞാൻ
കാത്തിരിക്കുന്നു.

2

ശിഖരങ്ങൾ

തണലോട് ചേർന്നു
നിൽക്കുന്ന
മരമാണെനിക്കിഷ്ടം
കാറ്റത്ത് ശിഖരങ്ങൾ
ഒടിയാത്ത
പ്രണയമാണെനിക്കിഷ്ടം
നന്മകൾ ഇലകളായ്
പൊഴിയാത്ത
ബന്ധമാണെനിക്കിഷ്ടം
വേരുകൾ അടരാത്ത
മണ്ണിന്റെ ഗന്ധമാണെനിക്കിഷ്ടം.

3

ജാലക മറ

മഞ്ഞുറഞ്ഞ ഈ താഴ്‌വരയിലേക്ക്
എന്റെ ചിത്രങ്ങൾ കാണാൻ
നീ നടന്നു വരികയാണെങ്കിൽ
അതീ വേനലിന്റെ
കിരണങ്ങളിലൂടെയാവണം
സൂര്യനെ കൊതിച്ച്
കടലിലാവാൻ കൊതിച്ച്
കുഞ്ഞുനീരുറവയിൽ കൊഴിച്ചുതിർക്കുന്ന
ആമ്പലിന്റെ മോഹങ്ങൾക്കൊപ്പം
ഞാനെന്റെ ചിത്രങ്ങൾ
കരിമ്പച്ച പുരട്ടി വെയിലത്തിട്ടിരിക്കുന്നു.
കണ്ടാലാരും
മോഹിക്കുന്ന
ആരെയും മോഹിപ്പിക്കുന്ന
കുപ്പിമുറികൾക്കുമേൽ
ഞാനെന്റെ ചിത്രങ്ങൾ
ഉണക്കാനിട്ടിരിക്കുന്നു.

4
കടങ്കഥ

കഴിഞ്ഞ ജന്മം
നമ്മളൊത്തായിരുന്നുവെന്ന്
നിനക്കോർക്കാൻ കഴിയുന്നുവോ.....?
നീരുറവും ആമ്പലുമായിരിക്കാം
കൊഴിഞ്ഞു വീണാലും
നിന്നെ ചേർത്തണച്ചിരിക്കാം.
പൊന്മാനും കൂടുകൂട്ടിയ
മഹാഗണിയുമായിരിക്കാം
കൊത്തിപ്പറിച്ചായാലും നിനക്കിടം
നൽകിയിരിക്കാം
മെഴുകുതിരിയായ് ഉരുകിത്തീരാതെ
വിളക്കുതിരിയും നിലവിളക്കുമായ്
പൊള്ളുന്ന
വേദന ഉള്ളിലൊതുക്കി
നിന്നെ
തെളിയിച്ചിരിക്കാം.

5

ഒരേ വഴി

ലോകത്തിനു മുന്നിൽ
നീയെനിക്കായൊരുക്കിയ
കുറ്റപത്രം വായിച്ചിരുന്നു.
കളിയും ചിരിയും
പൊട്ടും കരിവളയും കൺമഷിയും
കുറ്റങ്ങളും തെളിവുകളുമായ്
നിരത്തിയിരിക്കുന്നു.
ഇത്രയൊക്കെ ദൂരം ഒരേവഴി
നടന്നിട്ടും
നിനക്കറിയാൻ കഴിഞ്ഞില്ലല്ലോ
ചിരിയിൽ നിറയെ
കണ്ണുനീരാണെന്നും
സൗഹൃദങ്ങൾ നിറയെ
പൊളിച്ചെഴുത്തുകളാണെന്നും.
ഇനിപ്പറയാം
വഴിവക്കിൽ ചുറ്റിത്തിരിയുന്ന

ഭ്രാന്തിപ്പെണ്ണിനൊപ്പം
ഞാനെന്റെ സ്വപ്നങ്ങളെ
പറഞ്ഞയച്ചിരുന്നു
മുമ്പേ തന്നെ.
മുറിവുണങ്ങാൻ മനസില്ലാത്ത
ഭിക്ഷക്കാരനൊപ്പം
ഞാനെന്റെ മനസിനെ
ഭിക്ഷയ്ക്കിരുത്തി.
നഷ്ടമാവാൻ അഭിമാനത്തിന്റെ
അലങ്കാരങ്ങളില്ലാത്ത
സത്യത്തിനൊപ്പം
തെരുവുവേശ്യയ്ക്കൊപ്പം
ഞാനെന്റെ പ്രണയം
ഉപേക്ഷിച്ചിരുന്നു.
നിഷ്കളങ്കമായ ഭ്രാന്തിനൊപ്പം
ഞാനെന്റെ ജീവിതം
ആസ്വദിച്ചു.
സംഹാരം കൈയിലൊതുക്കി
ആഘോഷിച്ച ഭഗവാനൊപ്പം
ഞാനെന്റെ
ആത്മാവിനെയർപ്പിച്ചിരുന്നു.
ആത്മശൂന്യമായ ശരീരത്തിനൊപ്പം
ശിക്ഷകൾ മുഴുവൻ
ഞാനനുഭവിക്കുന്നു.

6

നേരുകേട്

നിന്നെ
കുത്തി മുറിച്ച
മുറിവിലൂടെ
ഞാനെന്റെ
പ്രണയം
കുത്തി നിറയ്ക്കാൻ
ശ്രമിച്ചിരുന്നു.
നിനക്കൊരിക്കലും
എനിക്കൊപ്പമെത്താൻ
കഴിയില്ലെന്നറിഞ്ഞും
നുള്ളി മുറിച്ചു
കൊണ്ടേയിരുന്നു.
മുറിവ്
പഴുത്ത് വ്രണമായപ്പോൾ
നിന്നിൽനിന്നും
താനേ
അകന്നിരുന്നു

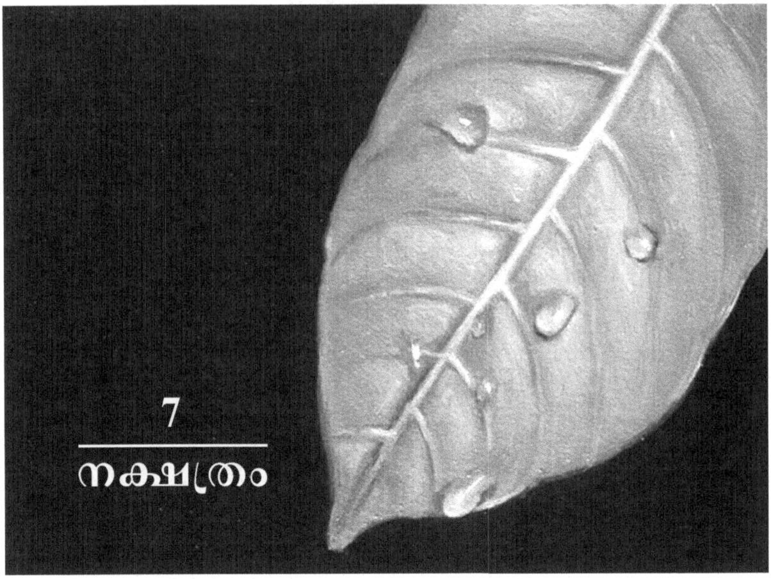

7

നക്ഷത്രം

നിറമുള്ള നക്ഷത്രങ്ങളെ നോക്കി
ചോദിക്കാം
എത്രനാൾ എനിക്കൊപ്പം യാത്രതുടരാനാകും?.
പ്രശംസയുടെ പനിനീർത്തുള്ളികൾ
വന്ന് നിറയുമ്പോൾ
ഇനിയും അനാവരണം
ചെയ്തിട്ടില്ലാത്ത
കെട്ടുപാടുകൾക്കിടയിൽ
ഒതുക്കിത്തീരാനായിരുന്നുവോ
ശൂന്യമായ ബന്ധങ്ങളാൽ
ലോകം വിസ്മൃതമാകുമ്പോഴും
ഒരു ശാഠ്യക്കാരിയായ്
ഞാൻ നിന്റെ പ്രണയത്തോട്
കലഹിച്ച് കലഹിച്ച്
കുഞ്ഞുവൃത്തമായ്ക്കൊണ്ടിരുന്നു

8
മഴത്തുള്ളികൾ

നമ്മുടെ
സ്വപ്നങ്ങളിൽ
വല്ലാതെ മഴ പെയ്യാൻ
തുടങ്ങിയിരുന്നുവോ
പൊഴിയാൻ തുടങ്ങുന്ന
തുള്ളികൾക്കൊക്കെ
വിഷാദത്തിന്റെ
നിറഭേദങ്ങളാണെന്ന് –
തിരിച്ചറിഞ്ഞിട്ടാവണം
നിറഞ്ഞുനിന്ന കാർമേഘങ്ങളൊക്കെ
ഓടിമറഞ്ഞിരുന്നു.
മഴ കാത്തുനിന്ന
മഴത്തുമ്പികളൊക്കെ
ഇലകൾക്കുമേൽ
മറഞ്ഞിരുന്ന്
കാർമേഘങ്ങളോട്
വഴക്കിടുമ്പോൾ
അവയൊളിഞ്ഞിരുന്ന്
നമ്മളോടെന്തോ
സ്വകാര്യം പറഞ്ഞ്
ചിരിച്ചിരുന്നു.

9

ഉൾക്കാഴ്ച

വിലപിടിച്ച
തോന്ന്യാസങ്ങൾക്കൊപ്പത്തിനൊപ്പം
നടക്കാനാണെനിക്കിഷ്ടം.
വേദനയൂറുന്ന
സത്യത്തിന്റെ മുറിവുകളെ
അതിവേഗം മറികടക്കാനാണെനിക്കിഷ്ടം.
ചെറുസ്ഫുരണം കാത്തുനിന്ന്
അക്ഷമമായ
വെടിമരുന്നു കൂട്ടത്തിൽ
ചെറുമഴയായ് പെയ്തു
തീരാനാണെനിക്കിഷ്ടം.
ഒന്നിനുമാവാതെയായാൽ
സർവംസഹയായ ഭൂമിയോടനുവാദം
ചോദിച്ച്
താക്കോൽ പഴുതിലൂടെ
നിധിയുറങ്ങുന്ന
താഴുകൾ തുറക്കാൻ
മിനക്കെടാതെ
ഞാനെന്ന
വൃത്തിഹീനമായ ശരീരം
ലോകത്തിന്റെ
മറവിലേക്കമർത്തും.

10

വ്യാഖ്യാനം

ഒരനക്കം
മറ്റൊരക്കത്തെ
ഉൾക്കൊള്ളുമ്പോൾ
ഏതൊരു ഗണിത
ശാസ്ത്രജ്ഞനും
കണക്കുകൾ
പിഴയ്ക്കുന്ന ഒരിടം.
ചേരുവകൾ തിരഞ്ഞ്
തലപുകയ്ക്കുന്ന രസതന്ത്രം.
ചായക്കൂട്ടുകൾ മാറി മാറി
പരീക്ഷിച്ച് തളർന്ന
ചിത്രകാരൻ.
ഹൃദയം കീറിമുറിച്ച്
വിഡ്ഢിയായ
ശസ്ത്രക്രിയാവൈദഗ്ധ്യം.
നിർവചനങ്ങൾക്കതീതമായ
ഒരൊറ്റ
വാക്കേയുള്ളൂ
മനസ്സ്.

11

കണ്ണാടി

ജീവിതത്തിനുനേരെ പിടിച്ച
കണ്ണാടി
സത്യങ്ങളൊക്കെ മറച്ചു വെയ്ക്കാൻ
പഠിപ്പിച്ച കണ്ണാടി
നോക്കുന്നതൊക്കെ സത്യമാണെന്ന്
തോന്നിപ്പിച്ച കണ്ണാടി.
പകർന്നതൊക്കെ അഴിച്ചു തരാൻ
മനസില്ലാത്ത കണ്ണാടി
ദുർമുഖങ്ങളൊക്കെ തിളക്കി-
ക്കാണിച്ച കണ്ണാടി
അതെറിഞ്ഞുടച്ച് ഞാനെന്റെ
ജീവിതം തല്ലിപ്പൊട്ടിച്ച്
ആഴക്കുളത്തിലേക്ക്
നോക്കിയിരുന്നു പോയി

12

പുറം ചട്ട

വളരെയെളുപ്പം
വന്നു ചേരാനൊരു
വഴി
തിരികെപ്പോക്കിന്
മാർഗങ്ങളില്ലാത്ത
വഴി
കൈതട്ടിയെറിഞ്ഞ്
തിരികെപ്പോക്കിനൊരുങ്ങുമ്പോൾ
കാലിൽ മുറുകിത്തുടങ്ങുന്ന
കുരുക്കുകൾ
ഹൃദയത്തിൽ നിന്ന്
വലിച്ചു പറിച്ചെടുത്ത
നാരുകൾ
മുറുക്കിക്കെട്ടുന്ന
രക്തബന്ധങ്ങൾ
ഒരു കുഴികുത്തി
നെൽനീറ്റുന്ന
പ്രയത്നം
തുടർന്നു പോകാൻ
അത്രമേൽ സുഖമില്ലാത്തൊരു
സ്വപ്നം.

13

എന്തിനായിരുന്നു...?

പെയ്തുതീർന്നത്
വെറുമൊരു മഴയായിരുന്നില്ല
ഇത്രമാത്രം സ്നേഹിക്കുവാനല്ലെങ്കിൽ
എന്തിനെൻ
വാക്കുകൾ ചേർത്തണച്ചു
ഇത്രമാത്രം പ്രണയിക്കുവാനല്ലെങ്കിൽ
എന്തിനെൻ
സ്വപ്നങ്ങളെ കടമെടുത്തു.
ഇത്രയധികം
നോവിക്കുവാനാണെന്നറിഞ്ഞ്
എന്തിനെൻ
ജീവിതം മറിച്ചുവായിച്ചു.
അകന്നിരിക്കുവാനാണെങ്കിൽ
എന്തിനെൻ
അരികത്തുചേർന്നണഞ്ഞു

14

അലിഖിതം

കരിപ്പൊട്ട് കുങ്കുമപ്പൊട്ടോട്-
വിയർപ്പായ് ചേർന്ന്
മാഞ്ഞ് വരഞ്ഞ്
അലസധാരിണിയായ സുന്ദരിയായ്
എന്റെ സ്വപ്നങ്ങൾ
നിന്റെ ശാഠ്യത്തിന്റെ
നെഞ്ചിൽ ചൂടുപറ്റി
അണിഞ്ഞൊരുങ്ങിയിരുന്നു.
ഘനഗംഭീരമായ നിന്റെ-
പരുക്കൻ നിർബന്ധബുദ്ധികളോട്,
എന്റെ സുന്ദരപ്രണയം-
കലഹിച്ചുകൊണ്ടേയിരുന്നു.
പലതും ഒളിപ്പിച്ച്
അടുക്കാനനുവാദം തരാതെ

ജ്വലിച്ചു നിൽക്കുന്ന-
സൂര്യനെയാണയാൾക്കിഷ്ടം.
ഒന്നും മറച്ചുവെയ്ക്കാനില്ലാതെ-
ചെറുതായും വലുതായും
കാണിച്ച്
കൈയെത്തിപ്പിടിക്കാനനുവാദം തന്ന
ചന്ദ്രനെയാണവൾക്കിഷ്ടം.
എന്നോട് പിണങ്ങുന്ന
ദിവസങ്ങളിൽ
സന്ധ്യകളെ വല്ലാതെ
ചെമപ്പിച്ചിരുന്നോ...............?
എന്നോടിണങ്ങുന്ന
രാത്രികൾക്ക്
പതിവില്ലാത്ത വിധം
ഇരുളിന്റെ നിറവായിരുന്നോ ?.

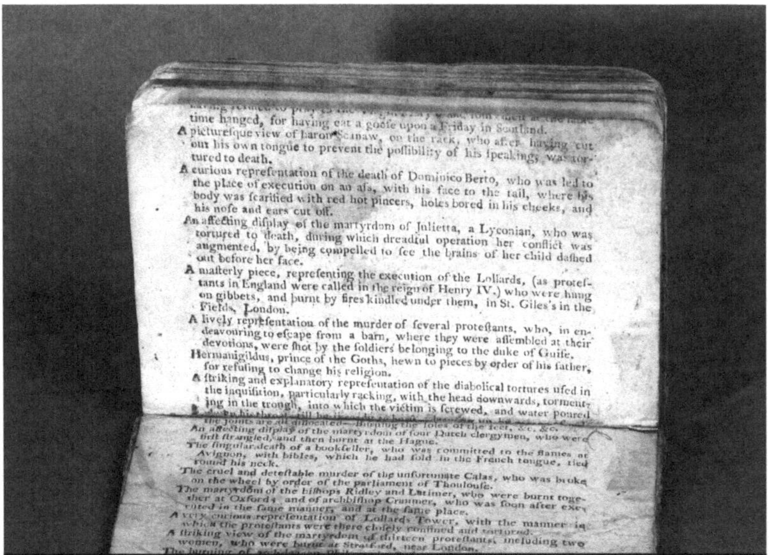

15

സമ്മാനപ്പൊതി

മൂടിപുതപ്പിച്ചിരുന്ന്
ഞാനെഴുതിത്തീർത്ത
ഒത്തിരിപ്പേജുകൾ
എഴുതാനിനിയും അധികം
വിട്ടുപോയിരിക്കാം
പക്ഷേ
പക്ഷേക്കപ്പുറം
എന്താണ്
വീണുടഞ്ഞ വാക്കിന്റെ
നിശ:ബ്ദതയാവാം
അല്ലെങ്കിൽ പാഴാക്കിക്കളഞ്ഞ
അക്ഷരശുദ്ധി
നിർഗളിക്കുന്നതിൽ
നല്ലതും ചീത്തയും
തിരിഞ്ഞു പോകാതിരിക്കാൻ ശ്രമിക്കാം.
പകലൂതി കത്തിക്കുന്ന

വിയർപ്പുതുള്ളികൾ
അതിന്റെ തീക്ഷ്ണത
അർധരാത്രിയിൽ എന്റെ
അക്ഷരങ്ങളെപ്പോലും
പൊള്ളിക്കുന്നു.
ഞാനയച്ച സമ്മാനപ്പൊതികളുടെ
വർണക്കടലാസുകൾ കീറി
നീയെന്നെ ശപിക്കരുത്
അതിലൊരുപക്ഷേ വിയർപ്പുതുള്ളികളുടെ
കണ്ണീരാകാം.

16

ആൾക്കൂട്ടം

നല്ല പകലുകളെ-
പകുതിക്കുവെച്ച്
യാത്രയാക്കിയ സന്ധ്യകൾ
പിടിവാശികൾ
ഹൃദയമുഖത്തോട്
ചേർത്തുനിർത്തിയ
ഇളം വെയിൽ
നിധികൾ തേടിയല്ലെങ്കിൽ
ഹൃദയത്തിന്റെ വാതിലുകൾ
തള്ളിത്തുറന്നു
നിനക്കു കയറാനാകും.
നിലയ്ക്കാത്തസ്നേഹത്തിന്റെ-
തീരാത്തപ്രണയമായ്
വാക്കുകൾ വാചകങ്ങളായ്
മുറിഞ്ഞിടംതേടി
നിനക്കെന്റെ ജീവിതത്തിലൂടെ സഞ്ചരിക്കാം.
കിനാക്കളുടെ മേൽപ്പാലത്തിലൂടെ
നഷ്ടമാക്കപ്പെട്ട പ്രണയത്തെ
കൈപിടിച്ച് നടത്താം.
നടക്കാനാവില്ലെന്നറിഞ്ഞും നിന്റെ
വിരൽത്തുമ്പിൽ
പിടിച്ച് നടക്കാൻ ശ്രമിക്കാം.

17

മറപ്പലക

പ്രണയമുഖങ്ങൾക്ക്
വിഷാദഛരായ പകരാൻ മാത്രം
ശക്തിയുണ്ടോ
ചേമ്പിലയിൽ വീണുരുണ്ട–
മഞ്ഞുതുള്ളികൾക്ക്.
മഞ്ഞുതുള്ളികൾക്കൊപ്പമെത്താൻ
കഴിഞ്ഞിട്ടില്ലാ
നിലാവിനെങ്കിലും
ഓടിമറഞ്ഞിരുന്ന്
പരിഭവിപ്പിക്കാൻ
ആകുമായിരിക്കാം
സ്ത്രീത്വത്തിന്റെ
പ്രതിഛരായ തെളിഞ്ഞുകത്തുന്ന
പ്രണയദു:ഖങ്ങൾക്കിനി
വിഷാദഛരായ
പകരുവാൻ
ഞാനുണ്ടാവില്ലെന്ന്
വിശ്വസിക്കാം.

18

ഉണർവ്

അക്ഷരങ്ങൾ ചിറകുവിരിച്ച
കുഞ്ഞുപക്ഷിയുടെ മുട്ടകൾ
അടവെച്ചിരിക്കുന്നത് ഇവിടെയൊക്കെയാണ്.
ഇവിടുത്തെ
കുരുമുളക് വള്ളികൾ ചുറ്റിവരിഞ്ഞ
കമുകുമരങ്ങളുടെ ആലസ്യഭാവങ്ങളിൽ
നിറയെ കായ്ച്ചു പഴുത്ത് കിടക്കുന്ന
പേരമരത്തിലെ
അണ്ണാൻ കുഞ്ഞുങ്ങളുടെ അടക്കംപറച്ചിലിൽ
പ്രതികൂല സാഹചര്യത്തിലും
നനച്ചു വളർത്തിയതിന് നന്ദിസൂചകമായ്
വല്ലപ്പോഴും ഒന്ന്
കായ്ച്ചുതരുന്ന ഓറഞ്ചു മരത്തിൽ
പുളിയും ചാമ്പയും ഒന്നും
പുണർന്നു മതിവരാതെ
നെൽപ്പാടങ്ങളെ തേടിയലയുന്ന
തെക്കൻകാറ്റ്.
നെന്മണികൾ തേടി
പരിഭവമിഴികളോടെ
പറന്നുയരുന്ന
കുഞ്ഞുകിളികൾ
നിറയെ കായ്ച്ച് പഴുപ്പിച്ച്
വീഴ്ത്തിത്തരുന്ന ആഞ്ഞിലിയമ്മ

ആഫ്രിക്കൻ പായൽ മറച്ചു-
പിടിച്ചിരിക്കുന്ന
കൊച്ചുകുളത്തിന്റെ ജലനീലിമ
ഏതൊരു തളർച്ചയിലും
അനുകൂല ഊർജം
കുത്തി നിറയ്ക്കുന്ന
അമ്പലമണിനാദം.
പ്രണയവും വിരഹവും എന്നെയാദ്യം
അറിയിച്ച വർഷത്തിലൊരിക്കൽ
വരുന്ന മെയ് ലില്ലി.
ഇവിടെയൊക്കെ അടയിരുന്നാണ്
എന്റെ അക്ഷരപക്ഷി
മുട്ടകൾ വിരിയിച്ചിരുന്നത്.

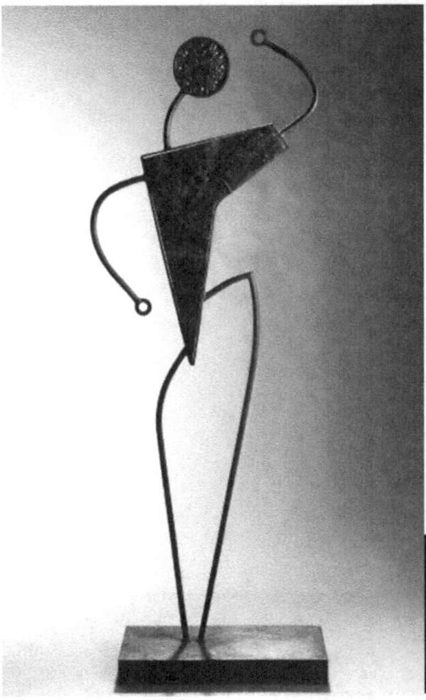

19

ആശയഭ്രാന്ത്

വന്നു പോകുന്ന
വസന്തങ്ങൾ
തന്നു പോകുന്ന
നിറം മങ്ങാത്ത ചിത്രങ്ങൾ
വന്നു പോകുന്ന
വസന്തങ്ങൾ
മറന്നുവെച്ചുപോയ
പ്രൗഢികുറയാത്ത സത്യങ്ങൾ
വന്നു പോകുന്ന
വസന്തങ്ങൾ
സ്നേഹപൂർവം സമ്മാനിച്ച
ഉണങ്ങിക്കൊഴിയാത്ത
പൂജാമാല്യങ്ങൾ
വന്നു പോകുന്ന
വസന്തങ്ങൾ
പിടിച്ചു വാങ്ങി തിരികെയേൽപ്പിച്ചു
പോയ സ്നേഹശിലകൾ
വന്നു പോകുന്ന
വസന്തങ്ങൾക്ക്
വരച്ചുതീർക്കാൻ കഴിയാതെപോയ
രാധാദേവിയുടെ ചിത്രത്തിനു
മീതെ വീണ
കണ്ണീർത്തുള്ളികൾ
ഈ അക്ഷരങ്ങൾ
ഞാനവയ്ക്കുമീതെ വെച്ച
സ്മാരകശിലകൾ.

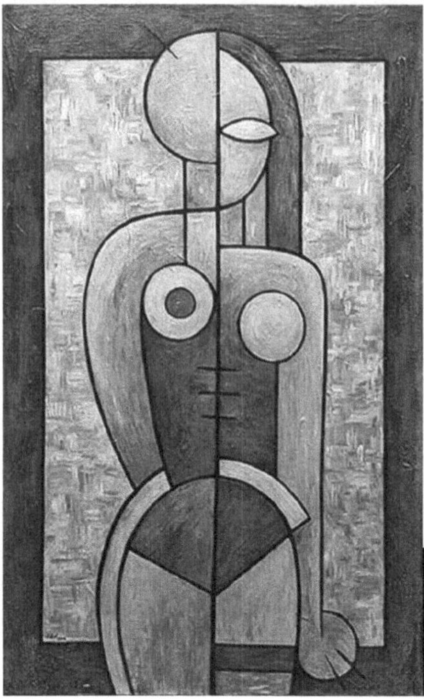

20

ജ്വാല

അമ്മയുടെ
ഇഷ്ടങ്ങൾക്ക് എതിരെ നിന്ന
പന്ത്രണ്ടു വയസുകാരി
കഴുത്തു ഞെരിച്ച്, ശ്വാസംമുട്ടിച്ച്,
കൊന്നുതീർക്കുമ്പോൾ
ആ സ്ത്രീ ആരായിരുന്നിരിക്കാം?
അവളുടെ വികാരമെന്തായിരിക്കാം?
ജഡത്തിനു മീതെ
ഒരു പാത്രം വെള്ളവുമായ്
അവൾ നിന്നതെന്തിനായിരിക്കാം
എത്രയൊക്കെ
എതിരുനിന്നാലും
ഒരമ്മയ്ക്ക് അതിനാവുമോ
ജീവൻ നഷ്ടപ്പെടുന്നതിൻ മുമ്പ്
അവളുടെ മനസിലെ അമ്മയുടെ
ഒരാണിന്റെ ഒരു പെണ്ണിന്റെ
ചിത്രമെന്തായിരിക്കാം?
അവളീലോകത്തോട്
എന്തൊക്കെ വിളിച്ചുപറയാൻ
ആഗ്രഹിച്ചിട്ടുണ്ടാവാം.
ബാല്യമെന്ന വാക്കിന്റെ
നശിച്ച സ്വപ്നത്തെപ്പറ്റി

ഒരുപക്ഷേ മനസുകൊണ്ട്
അവളുടെ അമ്മയുടെ ഗതികേടിനെപ്പറ്റി
ഈശ്വരനോട് മാപ്പപേക്ഷിച്ചിരിക്കാം
എന്നാലും അമ്മനെഞ്ചോടുചേർത്തിത്രയും വളർത്തി
ജീവിതത്തിന്റെ നിറഭേദങ്ങളൊക്കെ
തിരിച്ചറിയാൻ തുടങ്ങിയപ്പോൾ
എന്തിനാവർണങ്ങളിൽ
കരിമഷികലക്കിയൊഴിച്ചു?
ചോരപൊടിയുന്ന
വേദനയാൽ ഞാനെന്റെ
കണ്ണുനീർത്തുള്ളികളാൽ
റീത്തുവെയ്ക്കട്ടെ.

21
പകൽവെളിച്ചം

പത്രവാർത്തകൾക്കൊപ്പമാരംഭിക്കുന്ന
ഓരോ ദിവസം
ചിന്തിച്ചുകൂട്ടാൻ
ഒത്തിരിയുണ്ടാവും
വാർത്തകൾ നിറയ്ക്കുന്നത്
പെൺകുട്ടികളാണ്.
വായ്പകളിലൂടെ
ഉന്നത വിദ്യാഭ്യാസത്തിനു ചേർന്ന്
കെട്ടിടങ്ങൾക്കുമേൽ നിന്നു
ചാടിമരിക്കുന്നതൊരു
ഹരമാണിവർക്ക്
ആരോടായിരിക്കും വാശി തീർക്കുന്നത്
പത്തും പന്ത്രണ്ടും
വയസുകാരികളെ
പീഡിപ്പിക്കുന്ന
മധ്യവയസ്ക്കർ
ചിത്രങ്ങൾ വരച്ചു തുടങ്ങുന്ന
ക്യാൻവാസുകളിൽ
കുത്തിവരച്ച്
കീറിനശിപ്പിക്കുന്നവർ
അതിലൊന്നിലും
ലവലേശം കുറ്റബോധമില്ലാത്ത
മുഖചിത്രങ്ങൾ

കുഞ്ഞു സ്വപ്നങ്ങളെ
തറയിൽ തൂക്കിയടിച്ചെന്നും
കൈഞരമ്പ്
മുറിച്ചെന്നും എഴുതിക്കാണുന്ന
അവിശ്വസനീയമായ വാർത്തകൾ
കുഞ്ഞു പെൺമനസുകളെ
പിച്ചിക്കീറുന്ന കൂർത്ത കൈനഖങ്ങൾ
ഇത്രമാത്രം വളരുന്നതീയിടയ്ക്കാവാം
നീണ്ടു നീണ്ടുപോകുന്ന ശിക്ഷാവിധികൾ
അവയെടുത്ത് കാണിച്ച
പരിചിതമായ കുറ്റബോധമില്ലാത്ത മുഖഭാവങ്ങൾ
ഒന്നുണ്ടാവുമോവിചാരണകൾ അവധിക്കുവെയ്ക്കാതെ
ശിക്ഷാനടപടികൾ
ഒന്നറയ്ക്കണം കൈതൊടാൻ
പിഞ്ചു ശരീരങ്ങളിൽ ആഴ്ത്തുന്ന കൂർത്തകണ്ണുകൾ
നീളൻ കൈനഖങ്ങൾ ഒന്നറയ്ക്കണം.
ഒന്നോ രണ്ടോ ഉള്ളതിലൊന്ന് നഷ്ടപ്പെട്ട്
ജീവിതത്തിനും മരണത്തിനും മധ്യേ
ജീവച്ഛവമായ് സ്വയം പഴിക്കുന്ന
അച്ഛനമ്മമാരുടെ ഈ കണ്ണീര് കണ്ടില്ലെന്നു വെയ്ക്കാൻ
എത്ര നാൾക്കാവും?

22

ഇടനാഴി

വല്ലാതെയങ്ങ് പെയ്യുന്ന മഴയിൽ
സ്വപ്നങ്ങളെ ചേർത്തണച്ചാണ്
ഞാൻ കിടക്കാറ്.
പക്ഷേ
ഉറങ്ങാറില്ല
പലതും ഓർക്കാറുണ്ട്
ഒന്നും ഓർമിച്ചിരിക്കാറില്ല.
തണലുകൾ
നഷ്ടമാക്കി
പൊരിഞ്ഞ വേനലിലേക്ക്
ഒരൊളിച്ചോട്ടം
രാത്രിയിൽ
ജനാലപ്പഴുതിലൂടെ കാണുന്ന
ചെറിയ ആകാശത്തുണ്ടിൽ
നോക്കിയിരുന്നാൽ
ഒരിക്കലും
വലുതാകാനിഷ്ടമില്ലാത്ത
എന്റെ ലോകത്തെക്കുറിച്ചോർക്കും.
വൻതിരകൾക്കൊപ്പം
മത്സരിക്കണമെന്നില്ല
ചെറിയ നീർച്ചാലുകളിൽ
നീന്തിക്കളിക്കാനാണെനിക്കിഷ്ടം.

23

ആധാരശില

ആരോ ഒരാൾ നിലാവിൽ-
കണ്ണുപൊത്തി
ഒടുവിലാ തീക്ഷ്ണതയുടെ-
ചൂടകറ്റി
നേരിലെൻ കിനാവിനോട്-
മുഖമമർത്തി
സ്നേഹമില്ലെന്നാവർത്തിച്ചാ-
ചുണ്ടമർത്തി
ദൂരെയെങ്ങോ മാഞ്ഞുതീരുമെന്ന്-
പറഞ്ഞുപോകുന്നതല്ലാതെ
അകന്നിരിക്കാനാവില്ലെന്നറിഞ്ഞു-
പോകുന്നു ഞാൻ.

24

പൊരുത്തക്കേട്

തിമിർത്തു പെയ്യുന്ന മഴ
തളർന്നുറങ്ങുന്ന
നിശ്വാസം കേട്ട്
തിരകളെണ്ണി, മണൽ വീട്
കെട്ടി ഞാനേറെ നേരമിരുന്നു.
നാട്ടുവഴികൾ,
പിന്നിട്ട പരിചയക്കാരനെപ്പോലെ
കടന്നു പോകുന്ന
കാലത്തിന്
മനസിലെ രേഖാചിത്രങ്ങൾ
കൂട്ടി വായിക്കാനാകുമോ ?
യാഥാർത്ഥ്യങ്ങൾക്കപ്പുറത്ത്,
വെറും ചിത്രങ്ങളാണെന്നറിയുമ്പോൾ
ഒരു നിർവികാരത
പൊരുത്തക്കേടുകൾക്ക്
ഇനിയൊരു ദു:ഖം കൂടി
കണ്ടെത്താനായി
നിസ്സംഗത
കൈവഴികളൊക്കെ പിന്നിട്ട്,
ഞാനെത്തി ചേർന്നത്
ഒരു ലക്ഷ്യത്തിൽ മാത്രം
നിർമമം
ഇലകൾ കൊഴിയാതിരിക്കാൻ,
പൂക്കൾ വാടാതിരിക്കാൻ
വസന്തം കടന്നു പോകാതിരിക്കാൻ,
നിർമമത്വം-അതെന്റെ ഹൃദയത്തോട്
ചേർത്തു പിടിച്ചാണ് നടപ്പ്.

25

പെണ്ണ്

മണ്ണിലും മണ്ണായ
വേരിലും വേരായ
നേരിലും നേരായ
പെണ്ണാണിവൾ
മണ്ണിന്റെ മണമുള്ള
വേരിന്റെ ഗുണമുള്ള
നേരിന്റെ നെറിവുള്ള
പൊന്നിന്റെ മാറ്റുള്ള
പെണ്ണാണിവൾ
തോരാതെ പെയ്യുന്ന
മഴയുടെ മുഖവുമായ്
തുള്ളികളായത് കൊഴിച്ചു തീർക്കാതെയും
ആഴിയായ് തിരകളിൽ
തീക്കനൽ ഒളിപ്പിച്ചുപിടിച്ചും
കൊതിപ്പിക്കുന്ന പെണ്ണാണിവൾ
മണ്ണിലും മണ്ണായ
വേരിലും വേരായ
നേരിലും നേരായ
പെണ്ണാണിവൾ
തിളക്കമേറും പൊൻമുത്തുകൾ
വാരിപ്പതിപ്പിച്ച്
കമ്പിളിപ്പടലങ്ങളാൽ മാനം
പുതച്ചു പിടിച്ച്
ഇരുളായും നിറവായും രണ്ടു-
പൊന്മക്കളെ

നിർത്തി ജ്വലിപ്പിക്കുന്ന
പെണ്ണാണിവൾ
ചേറിലും വരമ്പിലും
തോടിലും പുഴയിലും
വീട്ടിലും മുറ്റത്തും
തെക്കിനിപ്പുരയിലും
ചൂലിന്റെ അറ്റത്തും
അടുപ്പിന്റെ അരികിലും
വീഴുന്ന വിയർപ്പിന്റെ
കണമാണിവൾ
മണ്ണിലും മണ്ണായ
വേരിലും വേരായ
നേരിലും നേരായ
പൊന്നിലും പൊന്നായ
പെണ്ണാണിവൾ
മുത്തായ് പിറന്നതും
പൊന്നായ് വളർന്നതും
പെണ്ണായ് വിളഞ്ഞതും പിന്നെ
കണ്ണീരായ് തളരാതിരുന്നും തീരുന്ന
പെണ്ണാണിവൾ
മാനം നോക്കി വിതച്ചും
മാനം നോക്കിനിൽക്കെ കൊയ്തും
മാളോരെയെല്ലാം നോക്കികൊതിപ്പിച്ചും
മാനത്തോളം വളർന്ന
പെണ്ണാണിവൾ
മാനത്ത് നക്ഷത്രം കണ്ണ് ചിമ്മി
നാണം കൊണ്ടവൾ മാറ് വലിച്ചുമൂടി.
മണ്ണിലും മണ്ണായ
വേരിലും വേരായ
നേരിലും നേരായ
പൊന്നിലും പൊന്നായ
പെണ്ണാണിവൾ
ഇന്നീപുലർച്ചവരേയ്ക്കും നെഞ്ചോട് ചേർത്ത്
നട്ടുനനച്ച് വളർത്തിയതൊക്കെ
വെറും തരിശാണെന്നറിയുമ്പോൾ
പിടിച്ചുനിൽക്കാനൊരു
ഉൾക്കരുത്തായ പെണ്ണാണിവൾ
ശൂന്യമായ കൈകളിൽ നോക്കി
വിലപിക്കാനനുവദിക്കാതെ
തരാനൊരുപാട് എന്തൊക്കെയോ
കരുതിയിട്ടുണ്ടെന്ന് തോന്നിപ്പിക്കുന്ന
പെണ്ണാണിവൾ

മണ്ണിലും മണ്ണായ
വേരിലും വേരായ
നേരിലും നേരായ
പൊന്നിലും പൊന്നായ പെണ്ണാണിവൾ
കാറ്റെനിക്കായടർത്തിത്തരുന്ന മാമ്പഴങ്ങൾ
എനിക്കുമുമ്പേ കൊത്തിയെടുത്ത്
പറന്നുപോകുന്ന കാലം
എന്റെ കാത്തിരിപ്പിന്റെ ഭാവനാസൃഷ്ടികൾക്കപ്പുറത്ത്
വസ്തുതകൾ എന്ന തിരിച്ചറിവായ് വന്ന്
എന്റെ ചിന്താഗതികളിൽ പരക്കെ
കാറ്റുംകോളും പരത്തുന്ന
പെണ്ണാണിവൾ
മണ്ണിലും മണ്ണായ
വേരിലും വേരായ
നേരിലും നേരായ
പൊന്നിലും പൊന്നായ
പെണ്ണാണിവൾ.
ശരീരം മാറിമാറിക്കയറിയിറങ്ങുന്ന
ആത്മാവില്ലാത്ത പ്രണയങ്ങൾക്കിടയിൽ
പ്രണയിക്കുവാനുള്ള ശേഷി നഷ്ടമായ എനിക്ക്
നിരാശയും നഷ്ടബോധവും
ബാക്കിയാവാതെ
ഹൃദയം നുറുങ്ങുന്ന വേദനയിലും-
ഒരു തുള്ളി കണ്ണീരായെനിക്കുതന്ന്
അത് പിന്നെയൊരു
പേമാരിയായ് പെയ്തുതീർക്കാത്ത
പെണ്ണാണിവൾ
മണ്ണിലും മണ്ണായ
വേരിലും വേരായ
നേരിലും നേരായ
പൊന്നിലും പൊന്നായ
പെണ്ണാണിവൾ
പക്ഷിച്ചിറകുകൾ പോലെ വിടർത്തിക്കാട്ടി
അതിവാചാലതയിൽപ്പെടുത്താതെ
പിരിയാണിയുടെ കീഴ്ഭാഗം പോലെ
എന്നെയുറപ്പിച്ച് നിർത്തുന്ന
പെണ്ണാണിവൾ
മണ്ണിലും മണ്ണായ
വേരിലും വേരായ
നേരിലും നേരായ
പൊന്നിലും പൊന്നായ
പെണ്ണാണിവൾ.

26
നേര്

നരഇടതൂർന്ന വഴികളിലെവിടെയോ
വഴി മുടക്കിനിൽക്കുന്ന
മുമ്പെങ്ങോ അടർത്തിയെടുക്കാൻ ശ്രമിച്ച
വേനൽത്തുമ്പികൾ
തിമിരത്തോടടുത്തുനിൽക്കുന്ന ഓർമകൾക്കരികിൽ
പ്രണയമിരന്നുവാങ്ങിയ ഊഷരഭൂമി
നീയെന്നെ പ്രണയിച്ചിരുന്നില്ലേയെന്ന
നേരെന്റെയുള്ളിൽ ഒരറിവായ്
കസവുപുടവ നെയ്തിരുന്നു..........
കൺപീലിയാൽ ചേർത്തെടുക്കുന്ന
നിന്റെ ചിത്രം
നെയ്യുമ്പോൾ
വിയർപ്പുകണങ്ങളാലതിന്റെ
കൃഷ്ണമണികളിൽ നനവും പടർന്നിരുന്നു.
ജലാശയങ്ങളിലെന്നപോലെ
കണ്ണുകളെന്നെ നോക്കിക്കൊതിപ്പിച്ചു.
ചുക്കിച്ചുളിഞ്ഞ കൈവിരലുകൾ തേടിയെത്താറുള്ള
അന്തിമപരാജയത്തിന്റെ അടയാളങ്ങൾ
നീയെനിക്കു തരാതെപോയ
തിലകക്കുറിക്കും മേലേ ചാർത്തുന്നു
ഞാൻ നിന്റെ നന്മ നിറഞ്ഞ ചുംബനം.

27

മഴനാരുകൾ

എന്റെ ശാന്തത നിന്റെ പ്രണയം
മഴനാരുകൾ കോർത്തപായയിൽ കിടന്നുറങ്ങി
ഒഴുകി ഒഴുകി മറവിലൂടെ ആഴങ്ങളിലേയ്ക്കാണ്
പോകുന്നതെന്ന്
മഴനാരുമെന്നോട് പറഞ്ഞില്ല
ഐശ്വര്യവാരിധി അഴകാലുഴിയുന്ന
ഘനോച്ചാരണമായ താരുണ്യംപോലെ
അനുയാത്രയിലെന്റെ സുഭിക്ഷിതമായ പാഥേയമായ്
ചന്ദനഗന്ധിയായ തെച്ചിപ്പൂവും
ചന്തംനിറഞ്ഞൊരാ നിലാച്ചാർത്തുമായ്
വൈഢൂര്യക്കണ്ണുള്ള രാജകുമാരനും
വെൺപട്ട് തെള്ളിയുടുത്ത രാജകുമാരിയുമായ്
കിനാത്തുമ്പിൽ വീണുടഞ്ഞ
മോഹങ്ങളായ്
ഇഴചേരുന്നുവെന്നറിഞ്ഞപ്പോഴും
വേദനകളകറ്റാൻ അക്ഷരങ്ങളെ
പ്രണയംപ്രാപിച്ചിരുന്നെങ്കിൽ
എഴുത്തിന്റെ നോവിൽനിന്നും രക്ഷപ്പെടാനായി
അവൾ കരഞ്ഞതെന്തിനായിരുന്നു....................?
തീർത്താലും തീരാത്ത

പ്രണയമോഹങ്ങൾക്കൊപ്പം
അതിഥിയായ് വന്ന് ആതിഥേയനായ
വിയർപ്പുകണങ്ങൾക്കിപ്പുറം
മലർന്നുതടിച്ച ചുണ്ടുകളെയല്ല
അതിൽ വിരിഞ്ഞ പുഞ്ചിരിയായിരുന്നു.
അരക്ഷിതത്വത്തിന്റെ നേർത്തതല്ലാത്ത
രശ്മികളിലൂടെ
പെയ്തിറങ്ങാൻ ശ്രമിക്കുന്ന
നൊമ്പരക്കാഴ്ചകളിലൂടെ
അതിഥി ആതിഥേയനാവുകയായിരുന്നു.
വശ്യമായൊരു ലോകത്തുനിന്നല്ല
സ്നേഹിച്ചതെങ്കിൽ
തൊട്ടപ്പോൾ കൈപൊള്ളുന്നുവെന്ന്
പറഞ്ഞതെന്തിനായിരുന്നു..........?

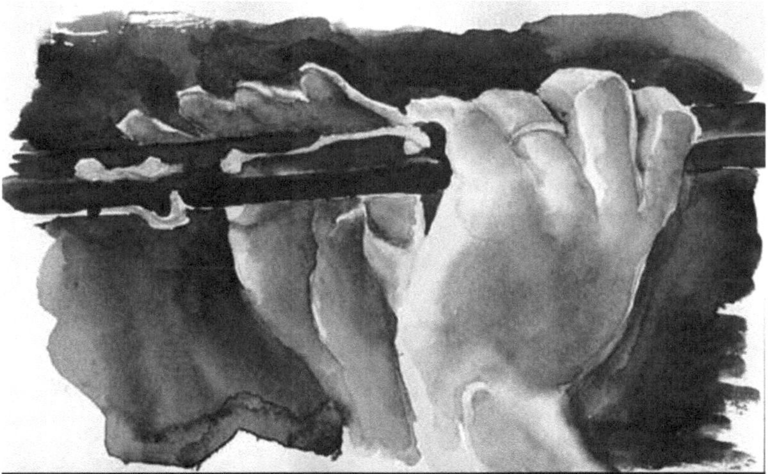

28

കൃഷ്ണാ...

കൃഷ്ണാ നീ തന്ന അഭയം
നന്മ തന്ന അഭയം
അക്ഷരം തന്ന അഭയം
കുറവുകൾ നികത്തി മുറിവുകൾ
പൊറുത്ത്
നിറവുകൾ തീർത്ത അഭയം
അക്ഷരച്ചിലമ്പുകൾ കിലുങ്ങാതെ എന്റെ
കണ്ണുകൾ നനയുമ്പോൾ
പരിഭവമിഴികളോടടുത്തെത്തി
നിന്നെ പുണരുമ്പോൾ.
വെയിലറിയാതെ മഴയറിയാതെ
രാവറിയാതെ പകലറിയാതെ
ഇനി ആരോരുമറിയാത്ത
എന്റെ പൊൻചിലമ്പുകൾ
നിനക്കുമുന്നിൽ അക്ഷരനൃത്തം തിമിർത്തിരുന്നു.
ആത്മബോധത്തിന്റെ ചില്ലുകളിലൊന്ന്
ചാഞ്ഞുപോകുന്നുവെന്ന തോന്നലിൽ
വനവാസത്തിൽ പാണ്ഡവരോടൊപ്പം
നീയിവിടെവന്ന് പോയെന്ന്

വിശ്വസിക്കാനാവാതെ
വൻപാറമേൽ നിനക്കൊപ്പം
പാണ്ഡവരൊക്കെ വന്നുപോയി
നീ മാത്രമീ പാറമേലെന്നെ
കാത്ത് കഴിഞ്ഞിരിക്കുന്നു.
കൃഷ്ണാ നീ തന്ന അഭയം
നന്മ തന്ന അഭയം
അക്ഷരം തന്ന അഭയം
മഴവാർന്ന നിറവാർന്ന
മൗനമാർന്ന മുത്തുപോലെ
അഴകാർന്ന കിനാവാർന്ന
നിറവാർന്ന മിടിപ്പുപോലെ
കൃഷ്ണാ നീ തന്ന അഭയം
നന്മ തന്ന അഭയം
അക്ഷരം തന്ന അഭയം.

29

പളുങ്ക്

എഴുതുകയാണിനിയും
പടരുകയാണിനിയും
എഴുത്തിലൂടെ പടരുകയാണിനിയും
അഗ്നിയായത് പടരുകയാണിനിയും
കണ്ണുനീരിന്റെ നനവുതോരാത്ത
കൺപീലികളിലൂടെയത്
ആളിക്കത്തിക്കുകയായ്
മഞ്ഞുരുകുന്ന മാന്തോപ്പുകൾ നിറയെ
മനസുരുക്കുന്ന
മഴയൊരുക്കുന്ന സങ്കടങ്ങൾ മുഴുവൻ
മേഘത്തിന്റെ
വഴിമാറി പൊഴിയുന്ന വന്മരച്ചില്ലകൾ
വന്നേയ്ക്കുമെന്നു നീ പറഞ്ഞുപോയിട്ടിന്നും
ഹൃദയനീരാഴിയിൽ പാലാഴികടയുന്ന
നിശ:ബ്ദവിപ്ലവം.
തൊട്ടാൽവാടുന്ന സ്പർശഗന്ധിയില്ലെന്നും
ഉപ്പുരസം കലരാത്ത കണ്ണീരിന്റെ
പളുങ്കാണെന്നുമുള്ള
നിശ:ബ്ദവിപ്ലവം

പരാതികളും സമയക്കണക്കുമില്ലാതെ
നോവുകൾക്ക് കണക്കുപറയാത്ത
കുറ്റപ്പെടുത്തലുകൾക്കുപകരം
സ്നേഹത്താലൊരു ചില്ലുഗോപുരത്തെ
ഈ കൈയാലും
ചേർത്തണച്ച്
വികാരമൊതുക്കി വിചാരത്തെ
മുൻനിർത്തിയ നിശഃബ്ദവിപ്ലവം
ഒരണയ്ക്കും സ്വയം തകരണമെന്നില്ലെന്നിരിക്കെ
കുത്തിയൊഴുകി നാശങ്ങൾമാത്രം
വിതയ്ക്കാൻ വെമ്പിനിൽക്കുന്ന
ഒഴുക്കിനെ,
ആർക്കുമൊന്നും നഷ്ടമാകാതെ
പിടിച്ചുനിർത്തുന്ന
നിശഃബ്ദവിപ്ലവം
പാരമ്പര്യമനുഭവിച്ച മേൽക്കോയ്മയുടെ
സുഭിക്ഷിതമല്ലാത്ത വിളവെടുപ്പുകൾ
നൂറുമേനിയും കൊയ്യാൻശ്രമിച്ച
വാരിക്കൂട്ടിയ പതിരുകൾക്കിടയിലെ
കതിരുകൾ ചികഞ്ഞുപെറുക്കി
നെഞ്ചോടുചേർക്കുന്ന
നിശഃബ്ദവിപ്ലവം.

30

മഴ കൊതിപ്പിച്ച പ്രണയം

മഞ്ഞായ് കൊതിപ്പിച്ച്-
മഴയായ് നനഞ്ഞ്-
മൗനമായ് പുണരുന്ന
മോഹമാണെന്റെ പ്രണയം
ആരുമില്ലെന്നുറപ്പിച്ചു കാറ്റുമീ-
ജനാല വലിച്ചടയ്ക്കവേ,
നിന്റെ കണ്ണിലെന്റെ കാഴ്ചമങ്ങാത്ത-
മൺ വെളിച്ചം തിരഞ്ഞ്.
ഞാനെന്റെ മൺവിളക്കൂതി തെളിയിച്ചിരുന്നുവോ.....?.
ഓർമകളൊരിക്കലും ഘനീഭവിക്കാത്തൊരു-
സുതാര്യപാളിയായ്
ആത്മവേദനകളുടെ ഹിമാനിക്കുമേലേ
അതിലൊരു പാളിപോലും-
ഘനീഭവിക്കാനനുവദിക്കാത്ത
എന്റെ പ്രത്യയശാസ്ത്രത്തിന്റെ ഭാവനാപ്രക്രിയയാൽ
നിന്റെ പ്രണയം അനശ്വരമായ്
കുടിയേറ്റിയിരിക്കുന്നു.
അവ്യാഖ്യേയമായ എന്റെ മാത്രം-
ആശയങ്ങളാൽ ഞാനതിനൊരു
ചുറ്റുമതിൽ തീർത്തിരുന്നു.

ദുരഭിമാനത്തിന്റെ ഇടകലരൽ ഒഴിവാക്കി-
അപ്രമാദിത്വത്തിന്റെ ചില്ലകളിൻമേൽ
നിനക്കൊപ്പം ചേക്കേറാൻ ശ്രമിച്ചിരുന്നുവോ.
മരങ്ങൾ ആകാശം കാണിക്കാത്ത കാട്ടുവഴികൾ
നിനക്കൊപ്പം നടന്നു കയറവേ
ഭൂതകാലത്തിന്റെ തീക്കനൽ അടർത്തിമാറ്റി-
വർത്തമാനത്തിന്റെ മാറാലകൾ തുടച്ചുമാറ്റി-
ഭാവിയുടെ സ്വപ്നഗോപുരങ്ങൾ മറന്ന്,
ഒരു കമ്പിളിപ്പുതപ്പിനുള്ളിൽ മഴകാത്ത്
എന്റെ സ്വപ്നങ്ങൾ നിന്നെപ്പുണർന്നിരുന്നു.
സിരാക്ഷോഭം ഉള്ളിലൊതുക്കിയ-
യുദ്ധക്കൊതിയനായ ദേശസ്നേഹിയെപ്പോലെ
നിലവിളികളും ജൽപ്പനങ്ങളും മറന്ന് എനിക്ക്
കാഴ്ചയും കേൾവിയും നഷ്ടമാക്കിയ പ്രണയം.
സ്വരഭേദങ്ങളെല്ലാം ഉൾക്കൊള്ളാതെ-
ആതിഥ്യവിമുഖമായ മനസുമായല്ല
നിന്റെ വാതിൽക്കൽ വന്നതെന്നറിയുക-
ഹൃദയശൂന്യതയുടെ വാതായനങ്ങളിൽ-
പ്രണയമേഘങ്ങളിലൂടെ കടന്ന്-
തീരാ കാലവർഷം പെയ്തേക്കുമായിരിക്കാം.
പ്രണയത്തിന്റെ കാലവർഷത്തിൽ-
എന്നുമൊരു ആരോഹിച്ചെടിയായ്
നിൽക്കാനാണെനിക്കിഷ്ടം
പൂക്കളുണ്ടാവുമോ എന്നറിയില്ല.
ഒരുനാൾ വിരിഞ്ഞ് മറുനാൾ കൊഴിയുന്ന-
വർണങ്ങളെക്കാൾ നല്ലത്
പലനാളും കൊഴിയാതെ നിൽക്കുന്ന-
ഒരേ വർണ്ണമാവാം.
മഞ്ഞായ് കൊതിപ്പിച്ച്-
മഴയായ് നനഞ്ഞ്-
മൗനമായ് പുണരുന്ന
മോഹമാണെന്റെ പ്രണയം.

31

ശ്രമം

ഇനിയെനിക്കീലോകം മുഴുവൻ യാത്ര ചെയ്യാം
നിന്റെ പ്രണയാന്ധതയാൽ
നിരക്ഷരതയുടെ ഉപ്പുരസം കലർന്ന തൂലികയാൽ
നിന്നെ നോക്കി മഹാകാവ്യങ്ങൾ രചിക്കാനെനിക്കാവാം
പക്ഷേ,
നിത്യേന നോവിന്റെ ചില്ലുജാലകങ്ങൾ
വലിച്ചടയ്ക്കുന്ന ശബ്ദം
നിന്നെ അരോചകനാക്കുമോ...........?
നിന്റെ പ്രണയച്ചൂടിൽ ഉരുകിത്തീരാനായ്
അഭേദ്യമായ ശ്രമം
നിന്നെ തണുത്ത് മരവിപ്പിച്ച് കളഞ്ഞേക്കുമോ..........
കരവലയത്തിൽ ഞാൻ തേടിയ തണൽ
നിനക്ക് അസ്വാതന്ത്ര്യത്തിന്റെ വിലങ്ങുകൾ
തീർക്കുന്നുവോ............?
എവിടെയെങ്കിലും നിനക്കെന്റെ സ്നേഹം
അകൽച്ചയുടെ ഇടവഴിയിൽ തേടുന്നുവോ.....?
എന്റെ പ്രണയനിശ്വാസങ്ങൾ നിന്നെ നിദ്രയിലേക്ക്
ആഴ്ത്തിയോ.............?
എന്റെ മരണത്തിലേയ്ക്കുള്ള കാൽവയ്പ്പുകൾക്കു
പോലും നിന്റെ പൊട്ടിച്ചിരികളുടെ നിറമാണ്
സകല തെറ്റുകൾക്കും പകരം
കാലമെനിക്കുതന്ന ഏക ശരിയാണു നീ
സകല ചോദ്യങ്ങൾക്കുമുള്ള ഒരേയൊരുത്തരം.

ആ ശരിയിലൂടെ ലോകത്തെമുഴുവൻ
നേരിന്റെ കാഴ്ചപ്പാടുണ്ടാക്കുന്നു.
നിന്റെ ഒരിറ്റ് നിശ്വാസത്തിന്റെ അകൽച്ചപോലും
എന്നിൽ ജീവഭയത്തിന്റെ കൊടുങ്കാറ്റുയർത്തുന്നു.
കുഞ്ഞു കടുകു മണിക്കുള്ളിൽ ഞാൻ സൂക്ഷിക്കുന്ന
നിന്റെ പ്രണയം
നാലഞ്ച് നെൽമണികൾ തരുന്ന
തീരാത്ത കൊയ്ത്തുപോലെ.
എന്നിലെ പെണ്ണിൽ
നിന്റെ പ്രണയം
അത്രമേൽ ആഘോഷിക്കപ്പെടുന്നു
ആരിലും അസൂയയുളവാക്കും വിധം
സകലസൽക്കാരങ്ങളുമൊരുക്കി
നിന്റെ പ്രണയത്തെ
വരവേൽക്കുന്നു
ഹൃദയം കീറിമുറിച്ച റോസാപ്പൂക്കൾ
നൽകി
പകരം ലോകമെനിക്ക് ശവംതീനിപ്പൂക്കൾ
തന്നോട്ടെ.

32

വിരുന്ന്

ആരവങ്ങളും ആഡംബരങ്ങളുമൊരുക്കി
വാതിൽക്കൽ മുട്ടുകേൾപ്പിക്കാതെ
കാലൊച്ചയില്ലാതെ
വാതിൽ തള്ളിത്തുറന്നെത്തുന്ന-
ആരോരുമറിയാതെ
എന്നെ പുണർന്നിനിയെങ്ങോ
കൊണ്ടുപോകുന്ന
വിരുന്നുകാരനെന്നാണ് വരിക
അത്താഴമാണോ
പ്രഭാതഭക്ഷണമാണോ
ഉച്ചയൂണാണോ
ഞാനൊരുക്കിവെയ്ക്കേണ്ടത്.
എല്ലാനേരവും ഭക്ഷണമൊരുക്കി
ഞാൻ കാത്തിരിക്കുന്നു
രണ്ടുകാര്യങ്ങൾക്കായ് ഞാൻ
ശാഠ്യം പിടിച്ചെന്നിരിക്കും
എനിയ്ക്ക് നിന്നോട് പ്രണയമായതിനാൽ
നിനക്കത് കേൾക്കാതിരിക്കാനാവില്ലെന്നറിയാം
ഒന്ന് ഞാനൊരുക്കിവയ്ക്കുന്ന
ഭക്ഷണം കഴിയ്ക്കാതെ ഞാൻ വരില്ല.
പിന്നെ
അർധരാത്രിക്കു നീ വരാനിരിക്കരുത്
ഇരുട്ടിനെയെനിക്കു പേടിയാണ്.

33

അകൽച്ച

യാത്രയാണ്
പിന്നെയൊരിക്കൽ വരാം
പോയേ തീരൂ
എന്നു നീ പറഞ്ഞത് നുണയാണ്
ഇരുണ്ട ക്യാൻവാസിൽ
ദിവസേനയീ ചിത്രകാരൻ
മാറ്റിവരയ്ക്കുന്ന പകുതിമറഞ്ഞ കളിവള്ളം
പൂർണമായും
അർധപൂർണമായും
കുഞ്ഞുകളിയോടമായും
ഒക്കെ
നിനക്കുമെനിക്കും ഒരുപോലെ
കാണാനാകുന്നുവെങ്കിൽ
ഒരടയാളം
കാണുന്നുവെങ്കിൽ
നമ്മളകലത്താണെന്ന്
എങ്ങനെ ചിന്തിക്കും.
യാത്രയാണ്
പിന്നൊരിക്കൽ കാണാം
എന്നു നീ പറഞ്ഞതത്രയും നുണ

34

നീയാണ്

എഴുതി എഴുതി തീരാതിരുന്നത്
അത് ഞാനായിരുന്നെങ്കിലെന്ന്
ആരുമൊന്ന് ആശിച്ചുപോകും
കാര്യത്തിനുതകാത്ത ഒരറിവായ്
നിന്റെ ചിന്ത ഉൻമാദം
ചൊരിയുമ്പോൾ
എന്റെ പ്രണയമോഹങ്ങൾ മുഴുവൻ നീയാണ്
എന്റെ പ്രണയഭംഗങ്ങൾ മുഴുവൻ നീയാണ്
എന്റെ നേർക്കാഴ്ചകൾ മുഴുവൻ നീയാണ്

35

സ്വയം

അനേക ബൗദ്ധ ഗോപുരക്ഷേത്രത്തിനരികിലെ
ഊർജദായിനിയായ അരയാൽവൃക്ഷം
ലക്ഷക്കണക്കിനാൾക്കാരെക്കാരണം
അരോചകമായതുപോലെ
ഒരാൾക്കുപോലും ശരിക്കുള്ള ഊർജം
പകരാനാകാതെ
ബഹിർസ്ഫുരണത്തിനായ് കാത്തുനിൽക്കുന്നു
ഒന്നും ഒന്നിനോടും
സമാധാനിക്കാത്ത മനസിനെങ്ങനെ
ശാന്തിപകരും
ശാന്തിതേടിയുള്ള യാത്രകൾക്കിടയിൽ
ഒലിവു ചില്ലകൾക്ക് അരികിലെത്തി
ഇത്തിരി തരുമോയെന്ന് രഹസ്യാന്വേഷണം
നടത്താമെന്ന് വെച്ചപ്പോൾ
അശാന്തിയാൽ അവ ഉറക്കം വരാതെ
തിരിഞ്ഞും മറിഞ്ഞും കിടക്കുന്നതാണ് കണ്ടത്.
അരയാൽ വൃക്ഷത്തെക്കാൾ കഷ്ടം
ഒലിവുചില്ലകളുടെ കാര്യം
തിരഞ്ഞെത്തലുകൾ
വാതിൽപ്പാളികൾ അടപ്പിക്കുന്ന
തിനേക്കാൾ നല്ലത്
സ്വയം പ്രകാശിപ്പിക്കലാണ്.

36

സദാചാരപ്പുതപ്പ്

കൊഴിഞ്ഞുതീരാത്ത മാവിലകൾ നിന്നിട്ടാവാം
മാവിന് ഒഴിഞ്ഞു തീരാത്ത വിമ്മിട്ടം
എന്നുമിങ്ങനെ ആജ്ഞാനുവർത്തിയായിരിക്കുന്നതിനേക്കാൾനല്ലത്
വല്ലപ്പോഴും ഒന്ന് ഞാനാകുക എന്നതാണ്.
ഒരുപാട് അനുസരിക്കുന്നവരെക്കാൾ
എനിക്കിഷ്ടം
ഇത്തിരി അനുസരണക്കേടുള്ളവരോടാണ്
അവരെന്നെപ്പോലെയായിരിക്കും
പാകപ്പിഴയുടെ സന്തതി
ഇനിയേതു പ്രതിസന്ധിയിലും
ഒഴുക്കിനെതിരെ നീന്തിക്കൊണ്ടിരിക്കുമെന്ന്
കൈകാലുകളിൽ നിന്ന് മനസുറപ്പ് നേടിയവർ
ഇനിയെത്ര വിദൂരത്തുള്ള നക്ഷത്രത്തെയും നോക്കി
സ്വപ്നത്തോണി തുഴയാൻ കെൽപ്പുള്ളവർ
ദുർവ്യാഖ്യാനങ്ങളുടെ ലോകമെനിക്ക് സമ്മാനിച്ചത്
അക്ഷരങ്ങളുടെ പുൽത്തകിടിയായിരുന്നു.
എന്റെ മനസും ശരീരവും ആ പുൽത്തകിടിയിൽ
ഉറങ്ങിയുണർന്നു

പ്രകൃതീതമായ എന്തോ ഒന്നിൽ
ചിന്തകൾ പ്രകാശിപ്പിച്ചിരുന്നു
പ്രണയത്തിന്റെ മായാജാലങ്ങൾക്കിടയിൽ
ഒരുപാട് നക്ഷത്രങ്ങളെ
കണ്ടില്ലെന്നു നടിച്ചു.
ലോകമെനിക്കു നേരെ പെയ്ത
അമർഷങ്ങളിൽ
സദാചാരപ്പുതപ്പിന്റെ ചൂടുപറ്റി
യുറങ്ങുമ്പോഴും
കറുത്ത അഴികൾക്കിടയിൽ
ആത്മ വേദനകളുടെ
അപമാനഭയത്തിന്റെ ചിതയിൽ ഞാൻ അലറിക്കരഞ്ഞു
പക്ഷേ, ശബ്ദം
പുതപ്പിന്റെ മറനീക്കി പുറത്തുവന്നില്ല
രക്തം ചീറ്റിയ മുറിവുകളുടെ
ഞാൻ തേങ്ങിക്കരഞ്ഞു.
എന്റെ കരച്ചിൽ ലോകം
കേട്ടില്ല
പക്ഷേ, കണ്ണീര് ലോകം കണ്ടു
അത് കാണാൻ ഭംഗിയുള്ള
എന്തോ ഒന്നായി ലോകത്തിനു തോന്നി
തിളക്കം കൂടിയ സൂര്യകിരണങ്ങളിൽ
പൊട്ടിച്ചിരിയുടെ അലകൾ തീർത്ത്
ഇരുട്ടിന്റെ മറപറ്റിയവ കണ്ണീരിൽ
കവിതകളുടെ സംഗീതമഴ പെയ്യിച്ചു.
ആ മഴയിൽ കുറെയക്ഷരങ്ങൾ എന്റെ
ആത്മബോധനത്തിന്റെ ഹൃദയരക്തം
ഊറ്റിവീർത്ത് നിദ്രയിലേക്ക്
ആണ്ടിരുന്നു
ഇനിയും സഹിക്കാനെനിക്ക് വയ്യെന്ന്
പറഞ്ഞ് പൊട്ടിത്തെറിച്ചു
ഒറ്റയ്ക്കാവുന്നുവെന്ന തോന്നലിൽ
ശൂന്യമാത്രബന്ധങ്ങളിൽ
ചേർന്നുകിടന്ന് മഴനനയാൻ ശ്രമിച്ചു.
പക്ഷേ ആ പുതപ്പിനുള്ളിൽ
ഒരു തുള്ളിപോലും വീണില്ല.

37

വഴിക്കാഴ്ച

വഴിക്കാഴ്ച
എല്ലാക്കാഴ്ചകൾക്കുമപ്പുറത്ത്
നീയെന്റെ മാത്രം വഴിക്കാഴ്ച
ആത്മവേദനകളിൽ
അണപൊട്ടിയൊഴുകാത്ത
വഴിക്കാഴ്ച
കാഴ്ചകളിലൊരു സാന്ത്വനത്തിന്റെ
മഞ്ഞുകണമായ്
ശൈഥില്യം ഊടുംപാവും
ചേർന്നണയ്ക്കുന്ന
സ്നേഹബന്ധത്തെ
പൊൻനൂലിഴയാൽ ചേർത്തിണക്കുന്ന
എന്റെ മാത്രം വഴിക്കാഴ്ച
ഓരോ തവണയും ഒരു മിന്നാമിന്നിയായ്
കണ്ടുതീരാതിരിക്കുമ്പോഴും
എന്നുമൊരു വേഴാമ്പലായ്
എന്റെ മാത്രം വഴിക്കാഴ്ച
നോവുകളിൽ അലിഞ്ഞലിഞ്ഞു
തീരാതിരിക്കുമ്പോഴും
ചെറുചിരിയുടെ ശിശിരമായ്
സാന്ദ്രമഴയായ്
എന്റെ മാത്രം വഴിക്കാഴ്ച
കുഞ്ഞുവേനൽമഴയിൽ കിളിർത്ത

വഴിക്കാഴ്ചയ്ക്ക്
ഇത്രമേൽ വസന്തം സമ്മാനിക്കാനാവുമോ
എത്രനാളെന്നറിയില്ല എന്നാലുമെന്റെ
വഴിക്കാഴ്ചയെ അത്രമേൽ പ്രണയിക്കുന്നു.
വസന്തങ്ങൾ കൊഴിഞ്ഞു തീർന്നാലും
പൂക്കാലത്തിന്റെ സുഗന്ധം
എന്റെ വഴിക്കാഴ്ചകളിൽ
തിമിരം ഭ്രമിപ്പിക്കുന്നില്ല.
ഹൃദയവേദനകളുടെ
ആഴമേറിയ മുറിവുകളിൽ
വഴിക്കാഴ്ചകളുടെ കുഞ്ഞുസ്പർശനങ്ങൾ
മുറിവുണക്കുന്നു.
ഈശ്വരന്റെ കൈയിൽ സൂക്ഷിക്കാനേൽപ്പിച്ച
നന്മകളിലൊന്നായി യീ
വഴിക്കാഴ്ചയും.

38

ശലഭമായ്

മഴയൊരു ശലഭമായ്
മറവിയുടെ ശലഭമായ്
നിന്റെ സ്വപ്നങ്ങളിൽ മുഖംപൊത്തി
മിന്റെ മധുരമില്ലാത്ത
ചുംബനങ്ങളിൽ മുടിയഴിച്ചിട്ട്
ആർക്കോ വേണ്ടി നീ തരുന്ന
പ്രണയ നഗരിയിൽ നിനക്കൊപ്പം
അലഞ്ഞുതിരിഞ്ഞ്
ഉൾമറഞ്ഞ ചിരിയിൽ നിനക്കു പിന്നാലെ
ശലഭമായ്
മഴയൊരു ശലഭമായ്
മറവിയുടെ ശലഭമായ്
ഇരുളിന്റെ നിറവിലീ
ചന്ദ്രനെന്നും
താമരവള്ളിയെ സ്നേഹിച്ചിരുന്നു
പകൽവിരിഞ്ഞ് പൂക്കളൊക്കെ സൂര്യനു
വിറ്റുപെറുക്കി

രാത്രിയിൽ ഞാനെത്തുമ്പോൾ
വിരിഞ്ഞ പൂക്കളുമില്ല
വിരിയാൻ കാത്തുനിന്ന മൊട്ടുകളുമില്ല
കൈയൊഴിയും എന്ന് നോക്കി കാത്തിരുന്ന
താമരവള്ളിയെ
നെഞ്ചോട്പുണർന്നു
നിറവും ഗുണവുമന്വേഷിക്കാതെ
പൂക്കളും മൊട്ടുകളുമന്വേഷിക്കാതെ
താമരവള്ളിയെ പുണർന്ന്
ഉന്മാദിനിയായ് രാത്രിക്കനലിനോട് ചേർന്നുനിന്നു